உனை உயர்த்தும் உன்னதப் பழக்கங்கள்

HABITS MATTER

க.பார்த்தசாரதி

அனைவருக்கும் சமர்ப்பணம்...

பொருளடக்கம்

பொருளடக்கம்

பொருளடக்கம்

22. ஒரு பயணத்தைத் திட்டமிடுங்கள் — 38

23. சிலவற்றை விட்டுவிடுவது நன்மை — 39

24. மன்னிக்க பழகுங்கள் — 41

25. நிஜ உலகில் மகிழ்ச்சியுடன் வாழுங்கள் — 42

Books By This Author

முன்னுரை

உலகில் வாழும் ஒவ்வொருவருக்கும் ஒவ்வொருவிதமான பழக்கங்கள் இருக்கும், அதுவே அவர்களின் வாழ்க்கையை கட்டமைக்கும் முக்கியமான கூறுகளில் ஒன்றாகும். எந்த ஒரு செயலையும் அடிக்கடி, திரும்பத் திரும்பச் செய்வது பழக்கம் எனப்படும்.

மீண்டும் மீண்டும் ஒன்றை செய்வதால் எளிதாகவும் பழக்கமானதாவும் மாறும். எனவே, பழக்கவழக்கங்கள், ஒரு முறை உருவானால், அதை அகற்றுவது கடினம். பழக்கவ- ழுக்கத்தின் வேர் பயிற்சி மற்றும் ஒழுங்குமுறையே ஆகும். ஒரு பழக்கத்தை நாம் எவ்வளவு அதிகமாக மீண்டும் மீண்- டும் செய்கிறோமோ, அது மிகவும் எளிதாகவும் நிரந்தரமா- கவும் மாறும். இது பழக்கத்தின் சக்தி.

மகிழ்ச்சியான, அதிக திருப்தியான வாழ்க்கையை வாழ, உங்கள் வழக்கமான பழக்கவழக்கங்களில் சில மாற்றங்கள் அவசியம். பழக்கங்கள் நல்லதாகவோ அல்லது கெட்டதா- கவோ இருக்கலாம். நல்ல பழக்கங்களை வளர்த்துக்கொள்- வதும், கெட்டவற்றைத் தவிர்ப்பதும் அவசியம். நல்ல பழக்- கவழக்கங்கள் வாழ்க்கையில் வெற்றிபெற உதவுகிறது.

இப்புத்தகத்தில் நீங்கள், உங்களை உயர்த்தும் சில நல்ல உன்னத பழக்கங்களைப் பற்றி அறியலாம்.

1

காலை நேரத்தை உற்சாக ஒன்றாக மாற்றுங்கள்

நாம் நமது நாட்களை சற்று உற்று நோக்கி ஆராய்ந்து பார்த்தால், அதில் நமக்கு ஒன்று புலப்படும்.

அது என்னவென்றால், நமது காலை நேரம் மற்றும் அப்போதிருந்த மனநிலையை ஒட்டியே நமது தொனி நாள் முழுவதும் அமைக்கிறது என்பதை உணரலாம். ஒரு நல்ல உற்சாகமான காலை நேரம் என்பது உங்களை ஆற்றலுடனும், உற்சாகமாகவும், உலகை எதிர்கொள்ள உங்-களை ஆயுத்தம் செய்யும் ஆயுதமாகும்.

எனவே தினமும் காலையில் உங்களை உற்சாகமாக வைத்து கொள்-வதை வழக்கமாக கொள்ளுங்கள்.

இந்த பழக்கத்தை எவ்வாறு வளர்த்து கொள்வது:

காலையில் பின்வருவனவற்றில் நீங்கள் விரும்பியதை உங்களது நேரத்திற்கு தகுந்தவாறு செய்யுங்கள்.

தியானம் செய்யுங்கள், யோகா செய்யுங்கள், உடற்பயிற்சி செய்யுங்-கள், நீங்கள் விரும்பும் அனைத்தையும் பட்டியலிடுங்கள், உத்வேகம் தரும் நல்ல காணொளியை பாருங்கள் அல்லது வீட்டை விட்டு வெளி-யேறும் முன் உங்களுக்குப் பிடித்த பாடலைக் கேளுங்கள்.

ஒருவர் காலையில் அதிக ஆற்றலைப் பெற உதவுவதற்கு பல வழிகள் உள்ளன. மேலே கூறிய இந்த குறிப்புகள் குறுகிய காலத்தில் பலருக்கு உதவும் அதே வேளையில், அவர்கள் நாள் முழுவதும் உற்சாகமாக உணர உதவும் நீண்ட கால பழக்கங்களை உருவாக்குவது முக்கியம்.

ஒரு நபர் காலையில் போதுமான ஆற்றலைச் சேகரிக்க உதவும் நல்ல இரவு தூக்க பழக்கம் மற்றும் காலை நடைமுறைகளின் கலவையை தொடர்ந்து பயிற்சி செய்யலாம்.

ஒரு சிறந்த நாளுக்காக உங்களை மாற்றும் வாய்ப்பாக காலை நேரத்தை உற்சாக ஒன்றாக மாற்ற முற்படுங்கள்!

2

புன்னகை

நாம் மகிழ்ச்சியாக இருக்கும்போது சிரிக்க முனைகிறோம் என்று நினைத்துக் கொண்டிருக்கிறோம். ஆனால் உண்மையில் அது அப்படி அல்ல.

நாம் மகிழ்ச்சியாக இருப்பதால் புன்னகைக்கிறோம், மேலும் புன்னகை டோபமைன் மற்றும் செரோடோனின் உள்ளிட்ட சில ஹார்மோன்களை வெளியிடுகிறது. இது நம்மை மகிழ்ச்சியாக ஆக்குகிறது.

முற்றிலும் நம்புவதற்கு இல்லாவிட்டாலும், புன்னகைக்கும் மகிழ்ச்சிக்கும் இடையே நெருங்கிய தொடர்பு இருக்கலாம் என்று ஆராய்ச்சியாளர்கள் கண்டறிந்துள்ளனர், நாம் புன்னகைக்கும் போது முகபாவனைகள் உணர்ச்சிகளில் மிதமான தாக்கத்தை ஏற்படுத்தக்கூடும் என்கின்றனர்.

அதற்காக எப்போதும் போலியான புன்னகையை முகத்தில் பூசிக்கொண்டுதான் சுற்றி வர வேண்டும் என்பதில்லை. ஆனால் அடுத்த முறை நீங்கள் தாழ்வாக உணர்ந்தால், புன்னகைத்து என்ன நடக்கிறது என்று பாருங்கள். அல்லது கண்ணாடியில் உங்களைப் பார்த்து புன்னகைக் கொண்டு ஒவ்வொரு காலையையும் தொடங்க முயற்சிக்கவும்.

எப்போதாவது உங்களை உற்சாகப்படுத்தவும் சிரிக்கவும் யாராவது உங்களிடம் கூறியிருக்கிறார்களா? இது மிகவும் வரவேற்கத்தக்க அறிவுரை அல்ல, குறிப்பாக நீங்கள் உடல்நிலை சரியில்லாமல், சோர்வாக அல்லது அசாதாரணமாக இருக்கும்போது. ஆனால் அந்த கோபத்தை தலைகீழாக மாற்றுவதற்கு உண்மையில் நல்ல வழி இருக்கிறது. அது தான் புன்னகை. புன்னகையின் செயல் உங்கள் மனநிலையை உயர்த்-

தும், மன அழுத்தத்தை குறைக்கும், உங்கள் நோயெதிர்ப்பு சக்தியை அதிகரிக்கும் மற்றும் உங்கள் ஆயுளை நீட்டிக்கும் என்று அறிவியல் காட்டுகிறது. மேலும் புன்னகை சோர்வைத் தவிர்க்க உதவுகிறது. எனவே புன்னகைக் கொண்டு சோர்வை விரட்டி, வாழ்வில் வென்றிடுங்கள்.

3

நீங்கள் எதில் திறமையாக உள்ளீரோ அதில் கவனம் செலுத்துங்கள்

நீங்கள் எதில் கவனம் செலுத்துகிறீரோ அதில் உங்கள் அறிவு, திறமை மேலும் விரிவடைகிறது. நீங்கள் உமது பலவீனங்களில் கவனம் செலுத்-தும்போது, உங்களது பலவீனம் மேலும் கூடும், அதன் விளைவாக நீங்-கள் அதிக பலவீனமாக உணர்வீர்கள். நீங்கள் உமது பலங்களில் கவனம் செலுத்தும்போது, அவை மேலும் வளர்ந்து, அதன் விளைவாக, நீங்கள் அதிக நம்பிக்கையுடன் உணர்வீர்கள்.

நமது பலத்தை வளர்த்துக் கொள்வதில் நமது ஆற்றலைச் செலுத்-தும்போது, மிக வேகமாக வளர்கிறோம் என்று ஆய்வுகள் காட்டுகின்றன. இது உங்கள் வேலையில் அதிக நம்பிக்கையுடனும், மகிழ்ச்சியுடனும், உற்சாகத்துடனும் இருக்க உதவும்.

அதனால்தான் மகிழ்ச்சியான மக்கள் தங்கள் பலத்திற்கு எப்போதும் தண்ணீர் ஊற்றுவதை வழக்கமாக கொண்டிருப்பர். அவர்கள் எதில் திற-மையாக உணர்கிறார்களோ அதில் கவனம் செலுத்துகிறார்கள்.

இந்த பழக்கத்தை எவ்வாறு வளர்த்து கொள்வது:

உங்கள் பலவீனங்களை உணர்ந்து அவற்றை மதிப்பிடுங்கள். அது உங்களைத் தடுக்கவில்லை அல்லது உங்கள் முன்னேற்றத்தைத் தடுக்-கவில்லை என்று நீங்கள் கண்டால், அவற்றை மேம்படுத்துவதற்கு நேரத்தையும் சக்தியையும் முதலீடு செய்ய வேண்டிய அவசியமில்லை. வாழ்க்கையில் உங்களை மேலும் முன்னேற்றக்கூடியவற்றின் மீது அந்த ஆற்றலைத் திருப்புங்கள்: அதாவது உங்கள் பலத்தின் (Strength) மீது, திறமையின் (Talent or Skill) மீது.

4

நேர்மறையாக சிந்தியுங்கள்

"மகிழ்ச்சியின் ஒரு கதவு மூடப்படும்போது மற்றொன்று திறக்கும்; ஆனால் அடிக்கடி நாம் மூடிய கதவை நீண்ட நேரம் பார்த்துக் கொண்டிருப்பதால், நமக்காகத் திறந்திருக்கும் கதவை நாம் பார்ப்பதில்லை.

ஹெலன் கெல்லர்"

ஒரு காரியம் நமக்கு சரியாக அமையவில்லை என்றாலும் பரவா-யில்லை, ஆனால் நேர்மறையாக இருந்து, எல்லாவற்றையும் சிறப்பாகச் செய்ய முயற்சி செய்யுங்கள்.

அறிவான மற்றும் மகிழ்ச்சியான மக்கள், அனைவருக்கும் கெட்டது நடக்கும் என்பதை அறிவார்கள். அதனால் சோகம் வரும்போது அதை ஏற்றுக்கொள்கிறார்கள். அந்த விரக்தியான அல்லது சோகமான உணர்ச்சியை முழுமையாக உணரும் பாக்கியத்தை அவர்கள் அனும-திக்கிறார்கள்.

சுய பரிதாபத்தில் வாழ்வதற்குப் பதிலாக, நம்மிடம் இருக்கக்கூடி-யவை மற்றும் இருக்க வேண்டியவைகளைப் பற்றி புகார் செய்வதற்குப் பதிலாக, தாங்கள் எதற்காக நன்றியுள்ளவர்களாக இருக்க முடியும் என்-

பதைப் பற்றி சிந்தித்து செயல்படுங்கள்.

தோல்வியிலிருந்து கற்றுக்கொள்ளக்கூடிய பாடங்களில் தங்கள் கவனத்தைத் திருப்புங்கள், பின்னர், அந்தப் பிரச்சினைகளுக்குத் தீர்வைக் கண்டறியும் வேலையை செய்யுங்கள். வாழ்க்கையின் சவால்களை உற்சாகத்துடனும் நம்பிக்கையுடனும் எதிர்கொள்ளுங்கள் - மேலும் எப்போதும் ஒரு நேர்மறையான சிந்தனையுடன் இருக்க பழகுங்கள்., அது தங்களை முயற்சியுடன் எல்லாவற்றையும் சிறப்பாகச் செய்ய உதவும்.

இந்தபழக்கத்தைஎவ்வாறுவளர்த்துகொள்வது:

எது நடந்தாலும் அதை அப்படியே ஏற்றுக்கொள்ளுங்கள். நிலைமையைப் பற்றிய அனைத்து அவநம்பிக்கையிலிருந்து விடுபட உங்களால் முடிந்த அனைத்தையும் செய்யுங்கள். அவநம்பிக்கை, உங்களை சீர்குலைய அனுமதிக்காதீர்கள். இது உங்கள் மனநிலையை மோசமாக மாற்றும் மற்றும் நல்ல சிந்தனையை நோக்கிய உங்கள் பார்வையை குருடாக்கும்.

நீங்கள் எதிர்பார்த்தது உங்கள் வழியில் நடக்காதபோது நேர்மறையான அணுகுமுறையை எவ்வாறு பின்பற்றுவது? எளிமையானது: கெட்டதை விட உங்கள் கவனத்தை நல்லதை நோக்கி செலுத்துங்கள். உளவியலில், இதை 'அறிவாற்றல் மறுவடிவமைப்பு' என்று குறிப்பிடுகிறார்கள்.

5

உடற்பயிற்சி

"நீங்கள் உடற்பயிற்சிக்கு நேரம் ஒதுக்கவில்லை என்றால், ஒருவேளை நீங்கள் நோய்க்காக நேரத்தை ஒதுக்க வேண்டியிருக்கும்.

- ராபின் சர்மா"

உடற்பயிற்சி என்பது நம் உடலுக்கு மட்டுமல்ல. வழக்கமான உடற்பயிற்சி மன அழுத்தம், பதட்ட உணர்வுகள் மற்றும் மனச்சோர்வின் அறிகுறி-களைக் குறைக்க உதவுகிறது, அதே நேரத்தில் உடற்பயிற்சியானது நம் சுயமரியாதை மற்றும் மகிழ்ச்சியை அதிகரிக்கவும் உதவும்.

உடற்பயிற்சி நமது மன ஆரோக்கியம், அறிவாற்றல் செயல்பாடு மற்-றும் நினைவாற்றலை மேம்படுத்துகிறது, அதே நேரத்தில் நமது மன அழுத்தம் மற்றும் பதட்டத்தையும் குறைக்கிறது - இவை அனைத்தும் ஆரோக்கியமான, மகிழ்ச்சியான வாழ்க்கையை வாழ உதவுகின்றன.

உண்மையில், உடற்பயிற்சி செய்யாதவர்களை விட ஒரு நாளைக்கு 10 நிமிடங்களுக்கு குறைவாக உடற்பயிற்சி செய்பவர்கள் கூட மிகவும் மகிழ்ச்சியாக இருப்பார்கள் என்று ஆராய்ச்சி காட்டுகிறது.

இந்தப் பழக்கத்தை எப்படிப் பயன்படுத்துவது: நீங்கள் செய்ய விரும்-பும் எதுவாக இருந்தாலும் சரி. காலை யோகாவாக இருக்கலாம் அல்-லது மிகவும் பிடித்த விளையாட்டாக இருக்கலாம் அல்லது பூங்காவில்

"

நடைபயணம் மேற்கொள்வதாக இருக்கலாம். தங்களுக்கு பிடித்த மற்றும் தங்களின் நேரத்திற்கேற்ப தங்களால் முடிந்த உடற்பயிற்சியில் ஈடுபட்-டால் நலம்.

நடைபயணம் மேற்கொள்வதாக இருக்கலாம். தங்களுக்கு பிடித்த மற்றும் தங்களின் நேரத்திற்கேற்ப தங்களால் முடிந்த உடற்பயிற்சியில் ஈடுபட்-டால் நலம்.

6

மகிழ்ச்சியான மக்களுடன் பழகுங்கள்

மகிழ்ச்சி என்பது கூட ஒரு வகை நோயை போல தொற்றக்கூடிய ஒன்றே. யாராவது உங்களைப் பார்த்து சிரித்தால், நீங்கள் புன்னகைப்பீர்கள். யாராவது முரட்டுத்தனமாக இருந்தால், நீங்கள் மீண்டும் முரட்டுத்தனமாக இருப்பீர்கள். எனவே நீங்கள் யாருடைய அணுகுமுறையைப் பிடிக்க விரும்புகிறீர்களோ, அவர்களுடன் மட்டும் பழகவும்.

இதன் பொருள் என்னவென்றால், நீங்கள் மகிழ்ச்சியாகவும் ஆதரவாகவும் இருக்கும் மற்றவர்களுடன் சூழ்ந்திருந்தால், உங்களால் தன்னம்பிக்கையை எளிதாக வளர்க்க முடியும், உங்கள் படைப்பாற்றலை அதிகரிக்க முடியும் மற்றும் பொதுவாக சந்தோசமாக இருக்க முடியும். மாறாக, சோகமான எண்ணம் கொண்ட மற்றும் மகிழ்ச்சியற்ற நபர்களுடன் சூழ்ந்திருந்தால், உங்கள் சொந்த நலன் மற்றும் இலக்குகளில் கவனம் செலுத்துவது கடினமான ஒன்றாக அமையும். மேலும் இவர்கள் தாங்கள் எந்த முயற்சியை எடுத்தாலும் "இது கடினம், உங்களால் முடியாது" என்று எதிர்மறையாவே பேசுவார்கள்.

மகிழ்ச்சியான மக்கள் ஆதரவாகவும், அன்பாகவும், அடுத்தவர்க்கு உதவி செய்யவும் முனைகிறார்கள். இந்த குணங்கள் உங்களையும்

மகிழ்ச்சியாக இருக்க ஊக்குவிக்கும். எனவே நேர்மறையான உங்களு-
டன் ஒத்த எண்ணம் கொண்ட முன்னேற துடிக்கும் மக்களிடம் பழகுங்-
கள், இது உங்களின் கனவு நோக்கத்தை அடையவும், தங்களை வாழ்-
வில் மேலும் உயர்ந்த இடத்தை அடையவும் இட்டு செல்லும்.

7

பாராட்டக் கற்றுக்கொள்ளுங்கள்

இப்போதிருக்கும் இந்த அவசர உலகின் வாழ்க்கை முறையில் நாம் ஒன்றை மறந்துவிடுகிறோம், அது என்னவென்றால் நாம் எதையும் பாராட்டத் தவறுகிறோம் என்பதே.

காலை எழுந்தவுடனும், இரவு உறங்கச் செல்லும்போதும், வாழ்க்கையில் தாங்கள் தற்போது மதிக்கும் மூன்று விஷயங்களை நினைவூட்டுங்கள். மேலும் அவற்றுக்கு வாழ்க்கையில் பாராட்டு மற்றும் நன்றியுணர்வை தெரிவியுங்கள். உங்கள் வாழ்க்கையில் பாராட்டு மற்றும் நன்றியுணர்வை கொண்டிருந்தால் அது எப்போதும் நீங்கள் மகிழ்ச்சியாக உணர உதவும். மேலும் அது வாழ்க்கையில் தவறவிட்டதாக நீங்கள் உணரும் முக்கியமான விஷயங்களை அவ்வப்போது நினைவுபடுத்தவும் உதவும்.

ஒவ்வொரு நாளும், நீங்கள் உங்களுக்கு பாலமாக இருந்ததற்காக உம் பெற்றோரையும், தங்களின் சிறந்த நண்பர்களுக்கும் பாராட்டும் நன்றியுணர்வையும் தெரிவியுங்கள். பாராட்டு மகிழ்ச்சியை ஊட்டுகிறது. இது நம் வாழ்க்கையில் முக்கியமானவற்றை முன்னிலைப்படுத்துகிறது மற்றும் மதிப்பை அளிக்கிறது. மேலும் நீங்கள் எவ்வளவு அதிகமாகப் பாராட்டுகிறீர்களோ, அவ்வளவு அதிகமாக நீங்கள் பாராட்டத்தக்க விஷயங்களை உங்கள் வாழ்க்கையில் காண்பீர்கள்.

• 14 •

8

வளர்ச்சி மனப்பான்மையைக் கொண்டிருங்கள்

ஒவ்வொரு மனித வாழ்க்கையிலும் இரண்டு முக்கிய மனப்பாங்குகள் உள்ளன. அவற்றில் ஒன்று நிலையான மனப்பாங்கு, மற்றொன்று வளர்ச்சியுடன் கூடிய மனப்பாங்கு.

ஒரு நிலையான மனநிலையை கொண்ட ஒருவர், தங்களின் குணங்-கள் மாறாத ஒன்று என நம்பி எப்போதும் மாறுவதில்லை, மேலும் மாற முயற்சிப்பதும் இல்லை. மாறாக வளர்ச்சி மனப்பான்மையை கொண்ட-வர்கள், மாற்றம் மற்றும் விரிவாக்க திறன் கொண்டவர்களாக இருப்பர், மேலும் அவர்கள் முடியாததையும் முயற்சியால் மேம்படுத்தி வெற்றி காண்பர்.

ஒரு நிலையான மனநிலை கொண்டவர்கள் சவால்களை சரியாக கையாள்வதில்லை மற்றும் அவர்கள் செய்யும் அனைத்திலும் ஓர் அகங்கார (Ego) உணர்வுடன் இருப்பர். ஆனால் மகிழ்ச்சியான வளர்ச்சி மனப்பாங்கு கொண்ட மக்கள் அப்படி இல்லாமல்; அவர்கள் தங்கள் தனிப்பட்ட வளர்ச்சியில் கவனம் செலுத்துகிறார்கள். அவர்கள்

தங்கள் கனவை அடைய பயிற்சி செய்கிறார்கள், தோல்வியைத் தழுவி-னாலும், புதிதாக ஒன்றைக் கற்றுக்கொள்ள வாய்ப்புகளைத் தேடுகிறார்-கள்.

இந்தபழக்கத்தைஎவ்வாறுவளர்த்துகொள்வது: ஈகோ எனும் அகங்கா-ரத்தை விடுத்து, ஆத்மீகமான அன்பைக் கொள்ளுங்கள். ஒற்றுமையைத் தேடுங்கள். கல்வியைத் தேடுங்கள், பொழுதுபோக்கை அல்ல. முயற்சி-யைத் தேடுங்கள். இவை அனைத்தும் வளமான வளர்ச்சியை வளர்க்கும் குணங்கள், உங்களை முழுவதுமாக மாற்றி மகிழ்ச்சி கொள்ள வைக்கும் காரணிகள்.

நிலையான மனப்பாங்கை மாற்றி வளமான வளர்ச்சி மனப்பாங்கைக் கொண்டு வெற்றி நடைபோடுவீர்.

9

ஆரோக்யமான உணவு அருமையான வாழ்க்கை

ஆரோக்யமான உணவு அருமையான வாழ்க்கை, சரிவிகித உணவு சத்-
தான வாழ்க்கை!

நாம் உண்ணும் உணவு என்பது நம் ஒட்டுமொத்த உடல் ஆரோக்-
கியத்தில் தாக்கத்தை ஏற்படுத்துவதோடு மட்டுமல்லாமல் மனநிலையிலும்
மாற்றத்தை கொண்டு வரக்கூடிய ஒன்று. ஆரோக்கியமான உணவு, நீங்-
கள் உடல் ரீதியாக சுறுசுறுப்பாக இருக்க தேவையான நிலையான ஆற்-
றலை வழங்குகிறது. எனவே ஆரோக்கியமான உணவு பழக்கம் என்பது
இன்றைய சூழலில் முக்கியமான இன்றியமையாத ஒன்றாகும்.

ஆரோக்கியமான உணவு என்பது, நீங்கள் எவ்வளவு வேலை செய்ய
போகிறீர்கள், அதற்கு எவ்வளவு கலோரிகள் தேவைப்படும் என்பதை
உணர்ந்து சரியான அளவு கலோரிகளை சாப்பிடுவதே ஆகும். எனவே
தான் நீங்கள் பயன்படுத்தும் ஆற்றலுடன் நீங்கள் உட்கொள்ளும்
உணவின் ஆற்றலை சமநிலைப்படுத்துவீர்கள்.

உங்கள் உடலுக்குத் தேவையானதை விட அதிகமாக நீங்கள் சாப்-
பிட்டால் அல்லது குடித்தால், நீங்கள் பயன்படுத்தாத ஆற்றல் கொழுப்-
பாக சேமிக்கப்பட்டு, உங்கள் எடை அதிகரிக்கும். குறைவாக சாப்பிட்-

டால் அல்லது குடித்தால் உடல் எடை குறையும்.

நீங்கள் ஒரு சீரான உணவைப் பெறுகிறீர்கள் என்பதையும், உங்கள் உடலுக்குத் தேவையான அனைத்து ஊட்டச்சத்துக்களையும் பெறுவதையும் உறுதிப்படுத்த நீங்கள் கார்போஹைட்ரேட்டுகள் மற்றும் புரதம் நிறைந்த உணவுகளை உண்ண வேண்டும். மேலும் வீட்டில் சமைத்த உணவை உட்கொள்வது மேலும் சிறந்தது. சமைப்பது போன்ற பொழுதுபோக்குகள் மன அழுத்தத்தைக் குறைக்க உதவும். உணவுப் பொழுதுபோக்குகள் உங்கள் மனநிலையையும், உடல் ஆரோக்கியத்தையும் மேம்படுத்த உதவும். எனவே தங்களாவே சமைப்பதையும் பழக்கமாக கொண்டிருப்பது மேலும் சிறந்த ஒன்று.

* உங்கள் உணவை அதிக நார்ச்சத்து, மாவுச்சத்து கார்போஹைட்ரேட்டுகளை அடிப்படையாகக் கொண்ட ஒன்றாக கொள்ளுங்கள்.

* மாவுச்சத்துள்ள கார்போஹைட்ரேட்டுகள் நீங்கள் உண்ணும் உணவில் மூன்றில் ஒரு பங்கிற்கு மேல் இருக்க வேண்டும். ரொட்டி, அரிசி, பாஸ்தா மற்றும் தானியங்கள் போன்றவை சிறந்தது. அதிக நார்ச்சத்து அல்லது முழு தானிய வகைகளைத் தேர்ந்தெடுக்கவும்.

* பழங்கள் மற்றும் காய்கறிகளை நிறைய சாப்பிடுங்கள்.

* அதிக மீன் சாப்பிடுங்கள். மீன் புரதத்தின் நல்ல மூலமாகும் மற்றும் பல வைட்டமின்கள் மற்றும் தாதுக்கள் உள்ளன.

* நிறைவுற்ற கொழுப்பு மற்றும் சர்க்கரையை குறைக்கவும்.

* உப்பு குறைவாக சாப்பிடுங்கள். அதிக உப்பு சாப்பிடுவது உங்கள் இரத்த அழுத்தத்தை அதிகரிக்கும். உயர் இரத்த அழுத்தம் உள்ளவர்களுக்கு இதய நோய் அல்லது பக்கவாதம் ஏற்படும் வாய்ப்புகள் அதிகம்.

- நீரிழப்பைத் தடுக்க, நீங்கள் நிறைய திரவ ஆதாரத்தை எடுத்துக்கொள்ள வேண்டும்.

- காலை உணவை எப்போதும் தவிர்க்காதீர்கள். நார்ச்சத்து அதிகம் கொண்ட மற்றும் கொழுப்பு, சர்க்கரை மற்றும் உப்பு குறைந்த ஆரோக்கியமான காலை உணவு ஒரு சீரான உணவின் ஒரு பகுதியாகும், மேலும் நல்ல ஆரோக்கியத்திற்கு தேவையான ஊட்டச்சத்துக்களைப் பெற உதவும்.

சுறுசுறுப்பாக இருங்கள் மற்றும் ஆரோக்கியமான எடையுடன் இருங்கள். ஆரோக்கியமாக சாப்பிடுவதோடு, வழக்கமான உடற்பயிற்-சியும் மேற்கொண்டு கடுமையான உடல்நலப் பிரச்சினைகளைப் பெறு-வதற்கான அபாயத்தைக் குறைத்திடுவீர். இது உங்கள் ஒட்டுமொத்த ஆரோக்கியத்திற்கும் நல்வாழ்விற்கும் முக்கியமானது.

10

எதையும் ஏற்றுக்கொள்ளுங்கள்

வாழ்க்கையில் எதுவும் எப்போதும் நாம் திட்டமிட்டபடி நடக்காது. திட்டம் மாறும்போது அல்லது எதிர்பாராதது நிகழும் போது நான் விரக்தியடைகிறோம். ஆனால் எதிர்த்து எதையும் மாற்ற முயற்சிப்பதில்லை; மாறாக, அது நம்மை ஒரு கீழ்நோக்கிய சுழலுக்கு அனுப்ப அனுமதிக்கிறோம்.

இவ்வாறாக இல்லாமல், என்ன நடந்தாலும் ஏற்றுக் கொள்ள ஆரம்பியுங்கள், அதிலிருந்து பாடங்களை அல்லது அனுபவங்களை பெற்று மாற்றிக்கொள்ள முயற்சித்தால் தேவையில்லாத துன்பங்களிலிருந்து விடுபடுவதை காணலாம்.

ஏற்றுக்கொள்ளும் பயிற்சியைத் தொடங்குங்கள். எதிர்மறை உணர்ச்சிகளைத் தூண்டாமல், புதிய சூழ்நிலையை உணர்ந்து அதற்கு ஏற்றாற்போல செயல்படுங்கள், உயர் வெற்றியை அடைவீர்கள்.

11

நீங்கள் விரும்பும் நபர்களுடன் நேரத்தை செலவிடுங்கள்

நீங்கள் விரும்பும் நபர்களுடன் தரமான நேரத்தை செலவிடுவது மகிழ்ச்சியாக இருப்பதற்கு இன்றியமையாத ஒன்றாகும். நீங்கள் பிஸியாக இருந்தாலும் கூட, உங்கள் குழந்தைகள், மனைவி, குடும்பத்தினர் மற்றும் அன்பான நண்பர்களுக்காக இடைவிடாத நேரத்தை ஒதுக்குங்கள். உங்கள் தொலைபேசியை மறந்துவிட்டு, அவர்களுடன் நேரத்தை செலவிடுங்கள். அன்புக்குரியவர்களுடன் அந்த தரமான நேரம் உங்களை மகிழ்ச்சியாக வைத்திருக்க உதவும்.

இந்த பரபரப்பான இன்றைய உலகில் குடும்ப நேரத்தை திட்டமிடுவது எவ்வளவு கடினம் என்பதை நாம் அறிவோம். பல குடும்பங்கள் சமரச தீர்வை ஏற்றுக்கொண்டு முக்கிய விடுமுறை நாட்களில் கவனம் செலுத்தி தங்களின் நேரத்தை ஒன்றாக கழிக்கின்றனர். ஆனால் அது போதாது என்பதை நாம் அனைவரும் அறிவோம், ஏனென்றால் நாம் ஒன்றாக இருந்து செலவழித்த மகிழ்ச்சி மற்றும் அந்த தரமான நேரத்தின் மிகச் சிறிய தருணங்கள் தான் நம் உறவை வளர்க்கவும்,

நம் பிணைப்பை ஆழப்படுத்தவும் உதவுகிறது என்பதை யாரும் மறுக்க இயலாது.

உங்கள் குடும்பத்துடன் தரமான நேரத்தைச் செலவிட உதவும் எளிய, ஈடுபாடு மற்றும் கவனத்துடன் கூடிய செயல்களின் பட்டியல் கீழே கொடுக்கப்பட்டுள்ளது. இதை தொடர்வதற்கு சிலருக்கு எந்த முயற்சி-யும் தேவையில்லை, ஆனால் மற்றவர்களுக்கு சில திட்டமிடல் தேவை. அவற்றைப் பின்பற்றி, உங்களின் அடுத்த குடும்பச் செயல்பாடுகளுக்கு உத்வேகம் கொடுங்கள்.

- ஒன்றாக இரவு உணவு சாப்பிடுங்கள்.
- இரவு உணவுக்குப் பிறகு ஒன்றாக நடைப்பயிற்சி செய்யுங்கள்.
- உங்கள் குழந்தையை பள்ளி அல்லது வகுப்பிற்கு அழைத்து வாருங்கள்.
- மாதாந்திர உல்லாசப் பயணத்தைத் திட்டமிடுங்கள்.
- குடும்பக் கதைகளைப் பகிர்ந்துக் கொள்ளுங்கள் .
- உங்கள் பதின்ம வயது மகன்/மகளுடன் மனமிட்டு உரையாடி இன்றைய இளைஞர்களின் நல்ல நோக்கங்களை அறிந்து, அவர்களுக்கு உத்வேகம் கொடுங்கள்.
- குடும்ப மரபுகளைக் கொண்டாடுங்கள்.
- தங்களின் துணையுடன் ஒன்றாக உடற்பயிற்சி செய்யுங்கள்.

12

நிழல்காலத்தில் வாழுங்கள்

ஒருவர் உண்மையில் வாழக் கூடிய நேரம் எதுவென்றால், அது தற்போதைய தருணமே(Present Moment). இந்த தருணத்தில் அல்லது நேரத்தில் மட்டுமே ஒருவர் தன் வாழ்க்கையின் முழு கட்டுப்பாட்டை கொண்டிருப்பார்.

இந்த தருணத்தில் என்ன நடக்கிறது என்பதை நாம் அறிந்திருக்கிறோம் மற்றும் கவனத்துடன் இருக்கிறோம். எனவே கடந்த காலத்தைப் பற்றியோ அல்லது எதிர்காலத்தைப் பற்றிய கவலைகளால் திசை-திரும்பாமல், தற்போதைய தருணத்தில் கவனத்தை செலுத்தி வாழ்வது அனைவருக்கும் மேன்மையளிக்கும்.

தற்போதைய மனநிலையுடன் இருப்பது ஆரோக்கியமாகவும் மகிழ்ச்சியாகவும் இருப்பதற்கு முக்கியமான ஒன்றாகும். இது பதட்டத்தை எதிர்த்துப் போராடவும், உங்கள் கவலைகளை மறந்து, உங்களை நிலை-நிறுத்தவும், உங்களுடன் மற்றும் உங்களைச் சுற்றியுள்ள அனைத்தையும் தங்களுடன் முழுமையாக இணைக்கவும் உதவுகிறது.

சமீபத்திய ஆண்டுகளில் இது ஒரு பிரபலமான தலைப்பாக மாறியி-ருந்தாலும், நிகழ்காலத்தில் வாழ்வது என்பது ஒரு நவநாகரீக வாழ்க்கை குறிப்பு மட்டுமல்ல, இது அறிவியலால் ஆதரிக்கப்படும் ஒரு வாழ்க்கை முறையாகும். உங்கள் அன்றாட தருணங்களையும் நேரத்திலும் கவனம் செலுத்துவதில் சிரமம் இருந்தால், இது உங்கள் வாழ்க்கையில் எதிர்ம-

றையான விளைவை ஏற்படுத்தக்கூடும். எனவே தற்போதைய தருணத்-தில் நீங்கள் அதிகமாக வாழ கற்றுக்கொள்ள வேண்டும்.

கடந்த காலத்தையும் எதிர்காலத்தையும் சில சமயங்களில் சிந்திப்பது நல்லது. நமது கடந்தகால வெற்றிகளையும் தவறுகளையும் திரும்பிப் பார்க்காமல், அவற்றிலிருந்து பாடம் கற்றுக் கொள்ளாவிட்டால் நாம் எங்கே இருப்போம்? எதிர்காலத்திற்காக நாம் ஒருபோதும் திட்டமிடாமல் இருந்தாலோ அல்லது வரவிருக்கும் விஷயங்களுக்கு நம்மைத் தயார்-படுத்தினாலோ நாம் எங்கே இருப்போம்? இரண்டு சந்தர்ப்பங்களிலும், நாம் ஒரு நல்ல இடத்தில் இருக்க முடியாது.

கடந்த காலத்தைப் பற்றியும் எதிர்காலத்தைப் பற்றியும் சிறிது நேரம் சிந்திப்பது ஆரோக்கியமான வாழ்க்கைக்கு இன்றியமையாதது.

உங்கள் செயல்திறனைப் பற்றி எதிர்மறையாக சிந்திப்பதை விட்டு-விட்டு, நிகழ்காலத்தை முழுமையாக அனுபவிப்பதன் மூலம் எதிர்கா-லத்தைப் பற்றி கவலைப்படுவதைத் தவிர்க்கவும். மனச்சோர்வின் தரு-ணங்களைக் குறைத்து, உங்கள் நினைவாற்றலை மேம்படுத்த புதிய விஷயங்களில் கவனம் செலுத்தி, தற்போதைய நேரத்தில் அதாவது நிழல் காலத்தில் வாழ்வதை உறுதிசெய்யுங்கள்.

13

ஒரு நோக்கத்துடன் கூடிய கடின உழைப்பைக் கொண்டிருங்கள்

கடின உழைப்பு மூலம் உங்கள் வாழ்க்கையில் நம்பமுடியாத முடிவுக-ளைப் பெறலாம். இது அனைவரும் அறிந்ததே. ஆனால் நோக்கமில்-லாத கடின உழைப்பு என்பது உங்களை மேலும் கடினமானதாக உணர வைக்கும்.

உங்கள் வாழ்க்கையின் நோக்கத்தைக் கண்டறிந்து, பின்னர் அந்த நோக்கத்தை நிறைவேற்ற கடினமாக உழைக்கவும். இது உங்கள் வாழ்க்-கையை இனிமையானதாக மாற்றும்.

கடின உழைப்பு என்பது சில பணிகளைச் செய்வதற்கு கூடுதல் முயற்சிகள் மற்றும் கூடுதல் மணிநேரங்களைச் செலவு செய்வது மற்றும் நீங்கள் வெற்றிபெறும் வரை கைவிடாமல் இருப்பதே ஆகும்.

இறுதியில், கடின உழைப்பு உங்கள் வெற்றிக்கு முக்கிய காரணமாக அமையும். ஒரு நல்ல பணி நெறிமுறையானது உங்கள் இலக்குகளை நோக்கி முன்னேறும் வேகத்தை உருவாக்குகிறது.

கடின உழைப்பினால் வெற்றி, சுய வளர்ச்சி, நம்பிக்கையை வளர்த்-தல், புதிய வாய்ப்புகள் போன்றவற்றை நீங்கள் உங்கள் வாழ்க்கையில் காண முடியும்.

நோக்கத்துடன் கூடிய கடின உழைப்பானது உங்களை மகிழ்ச்சி மற்-றும் வெற்றியின் உச்சியில் அமர்த்தும்.

14

கூர்ந்து கேளுங்கள்

கூர்ந்து கேட்பது என்பது ஒரு தகவல் தொடர்புத் திறன் ஆகும். இது மற்றொரு நபர் பேசும் வார்த்தைகளைக் கேட்பதைத் தாண்டி, அவற்றின் பின்னால் உள்ள பொருளையும் நோக்கத்தையும் புரிந்து கொள்ள முயலும் திறனாகும். இந்த பழக்கம் எந்த ஒரு செயலிலும் நாம் ஆர்வத்துடன் பங்கேற்பதை உறுதி செய்கிறது.

கவனத்துடனும் இரக்கத்துடனும் கேளுங்கள். உங்கள் முழு கவனத்தையும் அடுத்தவரின் வார்த்தைகளுக்கு கொடுங்கள். இது மகிழ்ச்சியின் சக்திவாய்ந்த ஆதாரமாகும், ஏனெனில் இது மக்களுக்கு இடையே வலுவான பிணைப்பை உருவாக்குகிறது.

உங்கள் சொந்த பதிலை சிந்திப்பது அல்லது எழுதுவதை விட முதலில் மற்றவர் கூறுவதை அல்லது கேட்பதை கூர்ந்து முழுமையாக கவனியுங்கள். நீங்கள் பரிந்து பேசும் முன் அல்லது பதிலளிப்பதற்கு முன் மற்றவர் முழுமையாக பேசி முடிக்கும் வரை பொறுமையாய் இருங்கள்.

கவனத்துடன் கேட்பது புரிந்துகொள்ளுதலுக்கு முக்கியமாகும். உரையாடல்களில் நாம் முழுமையாக இருக்கும்போது, உண்மையாகக் கேட்கும்போது, குழப்பத்தை தெளிவுபடுத்தவும் வாய்ப்பு உள்ளது. எளிமையாகச் சொன்னால், உங்கள் தனிப்பட்ட மற்றும் தொழில்முறை உறவுகள் சிறப்பாக இருக்க வேண்டுமா? நன்றாகக் கேட்டு உள்வாங்கி புரிந்து பதில் அளியுங்கள்.

நாம் மற்றவரிடம் பேசும் போது பின்வருவனவற்றை கவனத்தில் கொள்ளுங்கள்.

- முழுமையாக கூர்ந்து மற்றவர் பேசுவதை கேட்கவும்.
- சொற்கள் அல்லாத குறிப்புகளில் கவனம் செலுத்துங்கள்.
- நல்ல கண் தொடர்பு வைத்திருங்கள்
- திறந்த கேள்விகளைக் கேளுங்கள்
- நீங்கள் கேட்பதை பிரதிபலிக்கவும்
- பொறுமையாக இருங்கள்.

15

மகிழ்ச்சியற்ற தருணங்களை ஏற்றுக்கொள்ளுங்கள்

நேர்மறையான அணுகுமுறை எதிலும் தேவை என்றாலும் ஒருவருக்கு எப்போதும் நல்லதே நடக்காது. அனைவருக்கும் கெட்டது ஏதோ ஒன்றில் நடந்தே தீரும். இது வாழ்க்கையின் ஒரு பகுதியே ஆகும்.

உங்களுக்கு கெட்ட செய்தி கிடைத்தாலோ, தோல்வி அடைந்தாலோ, நீங்கள் மகிழ்ச்சியாக இருப்பதாகக் காட்டிக் கொள்ளாதீர்கள். மகிழ்ச்சியற்ற உணர்வை ஒப்புக்கொண்டு, ஒரு கணம் அதை அனுபவிக்க உங்களை அனுமதிக்கவும். பிறகு நீங்கள் எப்படி அதை மீட்டெடுக்க என்ன செய்யலாம் என்பதில் கவனம் செலுத்துங்கள்.

நினைவில் கொள்ளுங்கள், யாரும் எப்போதும் மகிழ்ச்சியாக இல்லை. எனவே மகிழ்ச்சியற்ற தருணங்களையும் ஒப்புக்கொண்டு உணர்ந்து அடுத்து என்ன செய்யலாம் என்பதில் கவனம் செலுத்தி முன்னேறுங்கள்.

16

டைரி எழுதுங்கள்

டைரி எழுதுவது என்பது உங்கள் எண்ணங்களை ஒழுங்கமைக்கவும், உங்கள் உணர்வுகளை பகுப்பாய்வு செய்யவும் மற்றும் ஏதேனும் திட்டங்-களை உருவாக்கவும் ஒரு சிறந்த வழியாகும்.

யார் வேண்டுமானாலும் தான் என்ன எழுத விரும்புகிறாரோ அதை எழுதலாம் மற்றும் இதற்கு சரியான வழிமுறை இதுதான் என்றெல்லாம் எதுவும் கிடையாது. மேலும் நீங்கள் ஒரு இலக்கிய மேதையாக இருக்க வேண்டும் என்பதெல்லாம் தேவையில்லை.

மேலும் இந்த பழக்கம் நீங்கள் கவலைப்படும்போது அல்லது நல்ல மனநிலையில் இல்லாமல் இருக்கும்போது உங்களுக்கு மிகவும் தேவைப்-படும் பழக்கம் ஆகும். நீங்கள் தினமும் எழுத வேண்டிய அவசிமில்லை, உங்களுக்கு தினமும் எப்போது முடிகிறதோ அப்போது இதை தொட-ரலாம். நீங்கள் படுக்கைக்குச் செல்வதற்கு முன் சில எண்ணங்களை எழுதுவது எளிமையானதாக இருக்கலாம்.

நீங்கள் எழுதும் இந்த டைரி வேறு யாருக்காகவும் இல்லை. நீங்கள் அதை உங்களுக்காக எழுதுகிறீர்கள், அது சலிப்பாக இருக்கிறதா, அல்-லது சரியான இலக்கணம் உள்ளதா அல்லது அழகாக இருக்கிறதா என்று நீங்கள் கவலைப்பட வேண்டியதில்லை.

சரியான நாள் அல்லது சரியான அனுபவத்தைப் பற்றி எழுத காத்-திருக்க வேண்டாம். இன்றே தொடங்குங்கள். இதற்கென தற்போதைய காலத்தில் பல டிஜிட்டல் வடிவிலான மொபைல் ஆப்ஸ் கூட வந்து-விட்டன. எனவே பேப்பரில் தான் எழுத வேண்டும் என்பதில்லை, தங்-

களுக்கு பிடித்த மொபைல் ஆப்ஸ் கூட பயன்படுத்தலாம்.

17

புதிய நண்பர்களை பெறுங்கள்

நம்மில் பலர் கல்லூரி படிப்பிற்கு பின்னரோ அல்லது திருமண வயதிற்-குப் பிறகோ நண்பர்களை உருவாக்குவதை நிறுத்திவிடுகிறோம். நீங்கள் ஒரு நபராக வளர்வதற்கும், புதிய அனுபவங்களை பெற்று ஒரு வளமான சமூக வாழ்க்கையை பெறவும் புதிய நண்பர்களை பெறுவது பெரிதும் உதவும். எனவே எப்போதும் புதிய நல்ல நண்பர்களை பெறுவதை பாக்-கியமாக கொள்ளுங்கள்.

அந்நியராக, யாரென்று தெரியாமல் இருந்தாலும் நட்பாக உரையா-டுங்கள், ஒருவேளை நீங்கள் இதனால் ஒரு புதிய நண்பரை உருவாக்-கலாம். அது வெறும் பத்து நிமிட நண்பராகவும் இருக்கலாம் அல்-லது அவரே வாழ்நாள் நண்பராகவும் மாறி நட்பு பகிரக்கூடியவராகவும் இருக்கலாம்.

ஒருமித்த கருத்து என்னவென்றால், சமூக உறவுகள் நம்மை மகிழ்ச்-சியடையச் செய்யும், எனவே எப்போதும் புதிய நட்பை பெறுவதை வழக்கமாக கொள்ளுங்கள்.

18

உங்களை மற்றவர்களுடன் ஒப்பிடுவதை தவிர்க்கவும்

மனிதன் எப்போதும் தன்னை மற்றவர்களுடன் ஒப்பிட்டு பார்ப்பது வழக்-கம். ஆனால் இது தேவையில்லாத ஒன்று அல்லது இதை ஒரு வியாதி என்றே கூறலாம். உங்களை மற்றவர்களுடன் ஒப்பிடும் வேளையில் நீங்-கள் நிச்சயம் வீழ்வீர்கள். இதனால் நீங்கள் அதிக அதிருப்தி, சுயமரி-யாதை இல்லாத மனச்சோர்வு மற்றும் பதட்டமாக உணருவீர்கள்.

நம்மில் பலர் இதை சுயநினைவில்லாமல் அல்லது நம்மை அறியா-மலேயே செய்கிறோம், ஆனால் அதை நிறுத்துவதற்கு நம்மை நாமே பயிற்றுவித்துக் கொள்ள முயற்சிப்பது முக்கியம். நம்மை நாமே மேம்-படுத்திக்கொள்ள இது நம்மை ஊக்குவிக்கும் அதே வேளையில், தொடர்ந்து நம்மை மற்றவர்களுடன் ஒப்பிடுவது எதிர்மறையான எண்-ணங்களுக்கு வழிவகுக்கும்.

ஒப்பீடுகள் தொடர்ந்தால் பொறாமை, விரக்தி மற்றும் நம்பிக்கை-யின்மை போன்ற உணர்வுகள் வெளிப்படும். கவனிக்கப்படாவிட்டால், நாள்பட்ட கவலை மற்றும் மனச்சோர்வு உருவாகலாம்.

உங்களை மற்றவர்களுடன் ஒப்பிடுவதை நிறுத்துவது கடினம் என்-
றாலும், முயற்சி செய்தால் அது உங்கள் உள் அமைதி மற்றும் மகிழ்ச்-
சியைப் பெற உதவும்.

19

மன அழுத்தத்தை நேருக்கு நேர் எதிர்கொள்ளுங்கள்

மன அழுத்தம் என்பது அனைவரின் வாழ்க்கையிலும் நிறைந்துள்ளது, மேலும் அது தவிர்க்க இயலாத ஒன்று.

ஆனால் எப்போதும் ஒருவித மன அழுத்தத்துடன் இருக்க வேண்-டிய அவசியம் இல்லை. மன அழுத்தம் எப்போதும் தீங்கு விளைவிப்-பதில்லை, சில சமயம் மன அழுத்தத்தைப் பற்றிய நமது மனப்பான்-மையை கூட அது மாற்றலாம். சில நேரங்களில், மன அழுத்தம் ஒரு சிறந்த பாடத்தையும் கற்பிக்கவல்லது.

உங்களால் தவிர்க்க முடியாத அழுத்தத்தை அனுபவிக்கும் போது, அனைவருக்கும் மன அழுத்தம் இருப்பதை நினைவில் கொள்ளுங்கள். ஆனால் நீங்கள் அதை எவ்வளவு விரைவில் எதிர்கொள்கிறீர்களோ, அவ்வளவு விரைவில் எதிர்கொண்டு, இது அனைத்தும் உங்கள் மீது தான் என்று நினைக்காமல் அதை எப்படி எதிர்கொள்ள வேண்டும் என எண்ணி முறியடித்தால், நீங்கள் நினைப்பதை விட நீங்கள் எவ்வளவு வலிமையானவர் என்பதை உணரலாம்.

20

கனவு காண்பதோடு அதை அடைய முயற்சியுங்கள்

நாம் நமது உயரிய எண்ணங்களுக்கு உயிரூட்டம் அளிக்க, அதை பற்றிய கனவுகள் அவசியம். அது நம்மை வாழ்க்கையில் முன்னோக்கி செலுத்தும். அவை நம் மனதை உற்சாகப்படுத்துகின்றன. மேலும் வாழ்வதற்கான காரணங்களைக் கூறுகின்றன. பெரிய லட்சியத்தை அடைய கனவு காணுங்கள், அது உங்களுக்கு நனவாகும் என்று நம்புங்கள்.

நீங்கள் விரும்பும் அனைத்தையும் எப்படி அடைவது போன்ற உணர்வுகளை கற்பனை செய்து செயலில் இறங்குங்கள். உங்கள் கனவை நோக்கி அடியெடுத்து வையுங்கள். நீங்கள் விரும்புவதை நோக்கி உங்களை உயர்த்த ஒவ்வொரு நாளும் சிறிய படிகளை எடுத்து வையுங்கள். சிறிய படிகள் அனைத்தும் சேர்ந்து ஒரு நாள் உங்களை உமது கனவை அடைய வழிவகுக்கும். அதற்கு அதிக நேரத்தையும் சக்தியையும் செலவிடுங்கள்.

21

தியானம்

நம் வாழ்க்கை சிறப்பாக இருக்க தியானம் செய்யுங்கள் என்று பலரும் கூறக் கேட்டிருப்போம். ஏன் முக்கியம் என்றால் தியானம் என்பது வெறும் மூச்சுப்பயிற்சி அல்ல. இது உடற்பயிற்சி, கவனம், ஆன்மீகம் மற்றும் மூச்சு பயிற்சி இவற்றின் ஒத்த உருவமாகும். எல்லாவற்றிற்கும் இப்போது நம் கவனம் தேவை என உணரும் போது, தியானம் போன்ற அமைதியான பயிற்சியே மிகவும் எளிதானது.

இதற்காக நாம் முழுமையாக இதை கற்றுத்தான் கடைபிடிக்க வேண்டும் என்பதில்லை. தியானம் சிக்கலானதாக இருக்க வேண்டிய அவசியமும் இல்லை. 5 அல்லது 10 நிமிடங்களுக்கு உங்கள் மனதில் நல்ல எண்ணங்களுடன் அமைதியாக உட்கார்ந்திருப்பதே சிறந்த தியானம் ஆகும். பின்னர் மெல்ல மெல்ல இதில் உள்ளவற்றை ஆராய்ந்து நீங்களே கற்று உணருவீர்கள்.

தியானம் செய்வதற்கு சரியான அல்லது தவறான வழி என்று எதுவுமில்லை என்பதை நாம் மனதில் கொள்ளும்போது, தியானத்தை தினசரி பழக்கமாக்குவது எளிது.

22

ஒரு பயணத்தைத் திட்டமிடுங்கள்

வாழ்க்கையில் எப்பொழுதும் பரபரப்பான கால அட்டவணையில் இயங்-
காமல், சில நேரங்களில் பயணங்கள் அவசியம் என்பதை உணர்ந்து,
எங்காவது ஒரு சுற்றுலா பயணத்தைத் திட்டமிடுவதன் மூலம் நீங்கள்
வாழ்க்கையில் நற்பலன்களை பெறலாம்.

மிகவும் தேவையான விடுமுறையை எடுப்பதன் மூலம் மனம் மற்றும்
உடல் நலன்கள் இரண்டையும் பெற முடியும் என்பதை நீங்களே அறி-
யலாம்.

23

சிலவற்றை விட்டுவிடுவது நன்மை

நாம் ஒன்றை நீண்ட நாள் முயற்சித்தும் அது நமக்கு சாத்தியப்பட-வில்லை எனில் அதை விட்டு விடுவது நல்லது. ஆம், விட்டுவிடுவது என்பது எப்போதும் எளிதானது அல்ல, ஆனால் புதிய மற்றும் மேலும் நன்மை பயக்கும் சிறந்த விஷயங்கள் உங்களை தேடி வரவேண்டுமா-னால் விட்டுவிலகுவது நன்மையே. நாம் எதையாவது விட்டுக்கொடுக்-கும்போது வருத்தம் இருந்தாலும், போராட்டம் முடிந்துவிட்டது, புதிய யோசனைகள் மற்றும் முன்னேற்ற பாதை திறக்கப்படலாம் என நேர்ம-றையாக சிந்தித்தால் அது நமக்கு ஒரு வகையான நிம்மதி தரும்.

புகார் கூறுவது, உங்களை மற்றவர்களுடன் ஒப்பிட்டுப் பேசுவது, எதிர்மறை எண்ணம் மற்றும் கடந்த கால தவறுகள் அல்லது எதிர்கா-லத்தைப் பற்றிய கவலைகள் போன்ற உங்களுக்கு உதவாதவற்றை விட்-டுவிடுவதை வழக்கமாக கொள்ளுங்கள்.

நமக்கு ஒன்று ஒத்துவராத போது, சற்றே நீங்கள் யோசித்து எங்கு செல்கிறீர்கள் என்பதைப் பற்றி சிந்திக்க முயற்சிக்கவும், இன்னும் நீங்கள் எங்கு செல்ல விரும்புகிறீர்கள் என்பதைக் கவனியுங்கள். ஒரு காரியம் நமக்கு சரியாக அமையவில்லை எனில் உங்கள் திட்டங்களை அதற்-

கென மாற்றுவதில் அவமானம் ஒன்றும் இல்லை.

எனவே காகிதத்தில் அழகாக இருந்தாலும், இனி உங்களுக்கு வெற்-றியை தேடி தராத, ஒத்துவராத அல்லது சிறிதும் பலன் தராத எந்த இலக்குகளையும் விட்டுவிடுங்கள் அல்லது மறந்து அடுத்த திட்டங்களில் கவனம் செலுத்துங்கள்.

24

மன்னிக்க பழகுங்கள்

சிறிய விஷயங்களுக்கெல்லாம் கோபப்படாமல் மக்களை மன்னிக்கும் பழக்கத்தைக் கொள்ளுங்கள்.

ஒருவேளை யாராவது தாமதமாக வந்திருக்கலாம், யாராவது முரட்-டுத்தனமாக இருக்கலாம் அல்லது யாராவது உங்களை திரும்ப அழைக்க மறந்திருக்கலாம். இது ஒரு நபர் அல்லது ஒரு சூழ்நிலையுடன் பிணைக்-கப்பட்ட மனக்கசப்பு மட்டுமே, எனவே இதையெல்லாம் பொருட்படுத்தா-மல் மற்றும் பிற எதிர்மறை உணர்ச்சிகளை வெளிபடுத்தாமல் மன்னிக்க பழகுங்கள்.

25

நிஜ உலகில் மகிழ்ச்சியுடன் வாழுங்கள்

நமது உடல், மனம் மற்றும் ஆன்மா ஆகியவை ஒரு நிலையில் இருப்பது மகிழ்ச்சியான வாழ்க்கைக்கு அவசியம். அவற்றில் ஒன்றின் நிலை மாறினாலும், அது நம் மகிழ்ச்சியை பாதிக்கும். எனவே உங்கள் ஒட்டுமொத்த நல்வாழ்வை மேம்படுத்த ஒவ்வொரு நாளும் ஏதாவது செய்யுங்கள். உங்களை கவனித்துக்கொள்வது குடும்பத்திற்கான, சமு-தாயத்திற்கான மற்றும் உலகத்திற்கான அக்கறை என்பதை அறிந்து கொள்ளுங்கள்.

மகிழ்ச்சி என்பது வாழ்க்கையில் நினைக்கும் அனைத்தினையும் வைத்திருப்பதோ, பிரச்சனையற்ற வாழ்க்கையைப் பெறுவது அல்லது ஒரு குறிப்பிட்ட இலக்கை அல்லது நோக்கத்தை அடைவது பற்றியது அல்ல. மாறாக, நீங்கள் எங்கிருந்தாலும், எதுவாக இருந்தாலும் ரசித்து மகிழ்வதே ஆகும்.

டிஜிட்டல் உலகம் நம் வாழ்க்கையை சிறப்பாக்கும் ஒரு விஷயமாக மட்டுமே இருக்க வேண்டும், எனவே டிஜிட்டல் உலகில் நிஜ வாழ்க்-கையை மறந்து தொலைக்காமல் நீங்கள் வாழ தகுதியான வாழ்க்கையை வாழுங்கள்.

Books By This Author

To buy other books of the Author, please search by the title or author name "Parthasarathy G"..

All books available at Notionpress, Amazon and Flipkart platforms.

All books available at amazon, Flipkart and Notionpress

15 Inspiring Stories About Swami Vivekananda

Swami Vivekananda was an influential Indian figure who played a key role in reviving Hinduism in
modern-day India and introducing it to the rest of the world. Some of his books include Bhakti Yoga,
Raja Yoga, Karma Yoga, The East And The West, Pearls Of Wisdom, Jnana Yoga, My

India, The India
Eternal, Practical Vedanta, and the poem Kali
the Mother. He also wrote many poems and
songs.
His writing was philosophical, lucid, and
infused with humour. His writings adhered to
his belief
that language written or spoken must be
simple and easy to understand.Vivekananda
conducted
hundreds of public and private lectures and
classes, disseminating tenets of Hindu
philosophy in the
U.S., England and Europe. In India,
Vivekananda is regarded as a patriotic saint
and his birthday is
celebrated as National Youth Day in India.

From this book you get to know about 15
Inspiring Stories of Swami Vivekananda.

෧൭

How To Improve Kids Self Management Skills
To raise successful, happy, confident
children, we need to teach them to do their
job themselves. You
cannot raise happy children by doing
everything for children or by making their
worlds easily
and comfortably. You can raise happy children
by encouraging them to pursue interests and
goals.
For this self Management skills are more
important one. If they learn these skills before

becoming

teens, sure they going to win this world. In this book, explained detailly about importance of self

management skills and how we can improve kids self management skills. So this will be a good

parenting guide.

⁌

Spiritual Thoughts Of The Buddha

Gautama Buddha lived between 563 BC and 483 BC. Buddhism was formed based on his ideology.

His given name is "Siddhartha Gautama". He later attained enlightenment and became the Buddha

(enlightened). His teachings and thoughts have inspired millions of people across the world, and it

continues to inspire millions even today.

This book contains some of his great thoughts. And sure this will enlighten your life and induce to know

more about Buddhist thoughts.

⁌

CHE GUEVARA / சே குவேரா : யார்? (Tamil)

உலகில் புரட்சி எனும் வார்த்தை மனதில் தோன்றும் போதெல்லாம் கூடவே நினைவில் தோன்றும் மனிதராக இருப்பவர் - சே குவேரா. இப்புத்தகத்தின் மூலம் அவரது முழு புரட்சி வரலாற்றை நீங்கள் அறியலாம்.

பின்வரும் தலைப்புகளின் கீழ் அவரது வரலாறு விவரிக்கப்-

பட்டுள்ளது.

புரட்சிகர பயணம்
ஃபிடல் காஸ்ட்ரோ நட்பு
கியூப வெற்றி
சோவியத் ஏமாற்றம்
அடுத்த புரட்சி பயணம்
பொலிவிய பயணத் தொடக்கம்
பொலிவிய புரட்சி போராட்டம்
விவசாயி காட்டிக்கொடுத்தல்
இறுதி போராட்டம்
சே குவேரா மறைவு
தீர்க்கதரிசி

❧

ஊக்குவிக்கும் தன்னம்பிக்கை கதைகள்/Motivational Stories (Tamil)

எழுச்சியூட்டும் கதைகள் ஒருவரின் வாழ்க்கையையும் எண்ணங்களையும் மாற்றும் சக்தியைக் கொண்டுள்ளன. சவால்களை துணிச்சலுடன் எதிர்கொள்ளவும், வாழ்க்கையில் உயரத்தை எட்டவும் நம்மை ஊக்குவிக்கும் கைதேர்ந்த கதைகளின் தொகுப்பே இந்தப் புத்தகம். எல்லா வயதினரும் படிக்கும் வகையில் கதைகள் எளிமைப்படுத்தப்பட்டுள்ளன.

❧

Inspiring Thoughts and Quotes of APJ Abdul Kalam (English and தமிழ்) / டாக்டர் ஏ.பி.ஜே. அப்துல் கலாம் பொன்மொழிகள் (English and தமிழ்)

ஐயா டாக்டர் ஏ பி ஜே அப்துல் கலாம் அவர்கள் இந்தியாவின் 11வது குடியரசுத் தலைவர் ஆவார் மற்றும் இந்தியாவின் தலைசிறந்த விஞ்ஞானி, ஆசிரியர் மற்றும் சிறந்த தன்னம்பிக்கை பேச்சாளர் எனப் பல பணிகள் புரிந்துள்ளார்.

பொதுவாக இந்தியாவின் ஏவுகணை நாயகன் என அனைவராலும் அழைக்கப்படுவார். அவர் சிறந்த கவினரும் கூட, இந்த புத்தகத்தில் அவரது தன்னம்பிக்கை ஊட்டும் மேற்கோள்கள் மற்றும் பொன்மொழிகளை தமிழ் மற்றும் ஆங்கிலத்தில் தொகுத்து வழங்கியுள்ளோம்.

Learn Tamil Alphabets With English Pronunciation

Language learning begins at birth and continues throughout life. Through this book one can learn
entire Tamil language letters with English sounds. This book helps you to learn quickly as English
pronunciation for every letter is clearly mentioned.

TIRUKURAL (for all TNPSC exams) / திருக்குறள் (அனைத்து TNPSC தேர்வுகளுக்கும்) - Tamil

தமிழில் உள்ள நூல்களிலேயே சிறப்பிடம் பெற்ற நூல் திருக்குறள். தமிழ்நாடு அரசுப் பணியாளர் தேர்வாணையம் (TNPSC) - தமிழின் முக்கியத்துவத்தை உயர்த்தும் வகை-யில் அது நடத்தும் அனைத்து தேர்வுகளிலும் தமிழ் மொழி பாடத்தின் முக்கியத்துவத்தை உயர்த்தியும், தேர்வர்களின் தமிழ்த் திறனை சோதிக்கவும், தமிழ்த் தாளை கட்டாயமாக்-கியுள்ளது.

தமிழ் பாடத்திட்டத்தில் "திருக்குறள்" ஒரு இன்றிய-மையாத இடத்தை பெற்றுள்ளது. "திருக்குறள்" பாடமானது முதல்நிலை மற்றும் முதன்மைத் தேர்வு என்ற இரண்டு நிலைகளிலும் கட்டாயமாக்கப்பட்டுள்ளது.

இந்தப் புத்தகம் மாணவர்கள் எளிதாக "திருக்குறள்" பாடத்தைக் கற்கவும், தமிழ்த் தாளில் திருக்குறள் பகுதியில் கேட்கப்படும் வினாக்களை எளிதில் அணுகும்படியும் அமைக்கப்பட்டுள்ளது.

Habits Matter - Habits for Perfect Life (English)

Everyone living in the world has different habits and that is one of the important elements that make up their life. Repeating any action often is called habit.

Doing something over and over becomes easy and familiar. The more we repeat a habit, the easier and more permanent it becomes. This is the power of habit.

To live a happier, more fulfilling life, some changes in your regular habits are necessary. Habits can be good or bad. It is important to develop good habits and avoid bad ones. Good habits help you succeed in life.

In this book you will learn about some good and noble habits that will elevate you to greater place.